Daily Journal

Property Of

Date _______________

Theme _______________________________________

Date _______

Theme _______

Date _______

Theme _______________________

Date

Theme

Date ________

Theme ________________________

Date _______________

Theme _______________

Date ______

Theme ______________________________

Date

Theme

Date _______

Theme _______

Date ________

Theme ________________________

Date _______________

Theme _______________________________

Date _______

Theme _______________________________

Date

Theme

Date _______

Theme _______________________________

Date

Theme

Date ______________

Theme ______________

Date _______

Theme _________________________

Date ________

Theme ________

Date

Theme

Date _______

Theme _______________________

Date ______________

Theme ____________________________________

Date _______

Theme _______________________

Date _______

Theme ____

Date __________

Theme ___________________________________

Date ________

Theme ________________________

Date

Theme

Date

Theme

Date _____________

Theme _______________________________

Date _______________

Theme ____

* 9 7 9 8 3 3 0 4 5 5 0 5 8 *